CHILDREN'S BOOK PRESS/IMPRENTA DE LIBROS INFANTILES ~ SAN FRANCISCO, CALIFORNIA

TH WORLD TALES
ories for all children
m the many peoples of America.

TRUYỆN THẾ-GIỚI THỨ NĂM
Truyện kể cho trẻ em
các dân-tộc ở Châu Mỹ.

THE LITTLE WEAVER OF THÁI-YÊN VILLAGE
CÔ BÉ THỢ-DỆT LÀNG THÁI-YÊN

Truyện tiếng Việt của : Written in Vietnamese by
Trần-Khánh-Tuyết

Minh-họa: Illustrated by
Nancy Hom

My best appreciation goes to Harriet Rohmer, Roger I Reyes, Nancy Hom, the Indochina Resource Center, Martha Williams, and many others for their assistance ; and to my husband, Christopher N.H. Jenkins for his perpetual support and child care.
Trần-Khánh-Tuyết

ản dịch tiếng Anh: Translated into English by Christopher N.H. Jenkins & Trần-Khánh-Tuyết

Revised edition ©1987, original edition ©1977 by Children's Book Press/Imprenta de Libros Infantiles.
All rights reserved. Printed in China through Marwin Productions.

CIP Data may be found on page 24.

It was dawn. Hiền woke up and walked out to the veranda to wash her face. Her mother and grandmother had been up for a long time and Hiền could hear them moving around in the kitchen. "The rice is almost ready," her mother called out. "Come and eat with your grandma and me. Yesterday, your older brother Thảo caught some crabs in the rice paddies. I roasted them with salt, hot pepper and lemon grass. Doesn't it smell good?"

Hiền ate slowly, listening to her mother talk about the work that must be done. "And we must take some rice to Aunt An's village," said her grandmother. "Those poor people must be hungry since the bombing destroyed their co-op rice storehouse." Hiền looked wistfully at the half-finished blanket on the loom. She would have liked to weave today, but it was more important to deliver the rice to Aunt An's village. "I will take the rice," she said. Her mother smiled. "That's good, Hiền. Why don't you graze the water buffaloes at the same time?"

Trời rạng đông. Hiền thức dậy, bước ra hiên để rửa mặt. Bà và mẹ Hiền đã thức dậy từ lâu, Hiền nghe có tiếng lục-đục ở dưới bếp. Mẹ Hiền gọi vói ra, "Cơm sắp chín rồi. Con vào ăn vói bà và mẹ. Hôm qua, anh Thảo con bắt được một mớ cua đồng, mẹ ram muối xả ớt. Thơm không?"

Hiền ăn chậm-rải, vừa lắng nghe mẹ bàn về những công việc phải làm hôm nay. "Mình phải mang một ít gạo sang làng Dì An," bà Hiền lên tiếng. Dân làng bên ấy phải chịu đói khó từ khi vựa lúa của làng bị dội bom." Hiền ngước nhìn tấm chăn đang dệt dở-dang trên khung cửi một cách thèm-thuồng. Thật ra Hiền muốn dệt tiếp hôm nay, nhưng việc mang gạo sang làng Dì An quan-trọng hơn. "Con sẽ mang gạo đi," Hiền nói. Mẹ Hiền mỉm cười: "Tốt lắm, Hiền ạ. Và đồng thời con cũng nên dẫn trâu ra đồng gậm cỏ chứ?"

Hiền (He·in): a very popular name meaning "kindness"
Thảo (Tao): a name meaning "dutiful to parents"
Aunt An (Ahn): a name meaning "peace and tranquility"

3

Hiền laid the sack of rice across the back of one of the water buffaloes and climbed on behind. The water buffaloes began to move. Gently, Hiền prodded the sides of her animal in time to the song that she sang:

"Oh, waves of golden rice stretching so far!
We reap the fruit of our labor!
We hoe! We plow! We hoe!
Oh, our rice bowls will be full!"

Hiền's voice was pure, her singing so warm. The misty morning air filled her lungs. Her song reached to the blue sky above, and was carried to the horizon on the waves of the young, fragrant rice plants. She rode on to the hillside pasture and then stopped and looked down on Thái-Yên Village where she had been born and lived her whole life. "Oh, how beautiful is my country!" she thought.

Hiền đặt bao gạo nằm ngang lưng một con trâu và trèo lên phía sau. Bầy trâu chuyển bước. Hiền thúc nhẹ vào lửng trâu vừa đánh nhịp ca:

"Lúa vàng gợn sóng
Ố, tới xa chân trời xa; Ố, tới xa chân trời xa,
bao ngày cuốc bẫm, cày sâu; ố cày, ta cấy, ta cày,
Ố mai này có bát cơm đầy."

Tiếng hát Hiền trong. Giọng ca em thật ấm. Hởi sưởng ban mai tràn đầy buồng phổi em. Và tiếng ca của em vút lên tận trời xanh, lướt trên sóng mạ non, thoang-thoảng hưởng thởm, mang theo đến tận chân trời. Hiền cưỡi trâu lên đến bãi cỏ trên triền đồi rồi dừng lại. Và Hiền đưa mắt nhìn xuống làng Thái-Yên nới em chào đời và lớn lên đến giờ. Hiền nghĩ: "Chao ôi! Quê-hưởng ta đẹp vô cùng!"

Thái-Yên (Tie·Yen): prosperity and tranquility
(Tie·ee·in)

4

5

But then Hiền turned and rode down the hill toward Aunt An's village. Only days before, the village had been bombed. Now the land was destroyed. Houses were burned down. Paths and bushes had disappeared. The rice fields were covered with bomb craters. Many people had been wounded and killed.

As she rode into the village, the children came running to greet her. "Welcome, sister Hiền!" they cried. "Soon we will plant a new rice crop, but now we are thankful that you share your food with us." Aunt An came forward slowly and asked after her family. "You are a brave helper, dear Hiền," she said. Then she sighed, "You cannot remember how rich our country was. Our forests were like gold and our seas like silver."

Hiền shivered. Every day now, she could see wisps of smoke on the horizon from bombs dropped many miles away. Would her village be next?

Nhưng rồi Hiền quay trở lại, cưỡi trâu xuống đồi đi về phía làng Dì An.
Chỉ mấy ngày trước đây, làng này bị dội bom, nay chỉ còn lại vùng đất
hoang-tàn. Nhà cửa cháy rụi. Những đường mòn và bụi rậm đã biến mất.
Đồng ruộng loang-lổ đầy hố-bom. Nhiều người bị thương và chết. Khi Hiền
vào đến làng, trẻ con trong làng chạy ra chào đón em. "Chào chị Hiền!"
các trẻ la vang lên. "Chẳng bao lâu nữa chúng tôi sẽ trồng vụ mùa mới,
nhưng bây giờ chúng tôi thật cảm ơn gia-đình chị và chị chia cơm sẻ gạo
với chúng tôi."

Dì An thong-thả bước tới và hỏi thăm về gia-đình Hiền. "Cháu là một người
giúp-đỡ rất gan-dạ, Hiền này," dì nói. Rồi dì thở-dài: "Các cháu không thể
nhớ được đất nước mình giàu có biết bao. Thật là rừng vàng, bể bạc."

Hiền rùng mình. Giờ đây, mỗi ngày Hiền có thể nhìn thấy những cụm khói mọc
lên ở chân trời xa hàng dặm sau những trận dội bom. Bao giờ thì đến phiên
làng em?

Lost in thought, Hiền let the water buffaloes wander home. It was almost dark when she arrived, and the lanterns were already burning in many houses of the village. "Where have you been so long?" scolded her grandmother. "Your mother has been anxiously waiting for you."

As she sat down for dinner, Hiền noticed her mother's worried look. When her mother jumped up to get more fish sauce for the steamed spinach, Hiền turned to her grandmother and asked, "What's wrong with mother?"

"Tonight your mother heard some frightening news," answered the older woman. "There has been fighting just outside our village. Dear Hiền, the war has come to our doorstep!"

Miên-mang trong ý-nghĩ, Hiền theo bầy trâu lang-thang về đến nhà. Trời đã bắt đầu tối. Nhà nhà trong làng đều đỏ đèn. "Con đi đâu mà lâu thế?" bà Hiền quở mắng. "Mẹ con cứ trông con từ sớm giờ."

Khi ngồi ăn cơm tối, Hiền để ý thấy mẹ có vẻ lo-lắng. Khi mẹ Hiền nhổm dậy đi lấy thêm nước mắm chấm rau luộc, Hiền quay sang bà hỏi, "Mẹ con có sao không?"

"Tối nay mẹ con nghe nhiều tin dữ, bà Hiền trả lời. "Có bắn phá ở phía ngoài làng mình. Cháu ơi, giặc đến nhà rồi!"

8

9

After dinner Hiền sat down to weave more of the blanket she planned to send to her father who had been fighting in the jungle these last eight years. But soon her mother said, "Tonight you should not stay up late. Blow out the light so your grandmother can sleep."

Suddenly, they heard the sound of machine-gun fire. Rat-a-tat-tat-tat! "Down into the shelter, hurry!" shouted Hiền's mother. There was more gunfire. Very close. Boom-boom! Ack-ack! Rat-a-tat-tat! Hiền clung close to her mother and grandmother in the darkness.

Then the gunfire stopped. Loud footsteps approached. Someone gave out a frightening yell. Suddenly, KABOOM! A terrifying explosion. Hiền heard her mother cry out, "Oh God!" Hiền's head was spinning. She fell unconscious.

Ăn xong, Hiền ngồi dệt nốt tấm chăn để gửi cho ba em, người đang chiến đấu trong rừng sâu suốt tám năm qua. Nhưng giây lát sau, mẹ em bảo, "Đêm nay con cũng đừng nên thức khuya lắm. Con thổi tắt đèn cho bà ngủ."

Bỗng thình-lình họ nghe có tiếng súng liên-thanh nổ. Tạch, tạch, tạch, tạch, tạch. "Xuống hầm, mau lên!" mẹ Hiền hét to. Súng nổ liên-hồi. Rất gần. Bùm, bùm, cắt, cắt! Tạch, tạch, tạch! Hiền ôm ghì lấy mẹ và bà trong bóng tối.

Rồi tiếng súng dứt hẳn. Có tiếng chân người rần-rộ tiến gần. Tiếng hét của ai nghe oang-oang dễ sợ. Bỗng, Ầm, ầm! Hai tiếng nổ kinh hồn. Hiền nghe mẹ la lên, "Trời ơi!" Trời đất như đảo lộn. Hiền ngất lịm đi.

Hiền opened her eyes. The bodies of her mother and grandmother lay beside her. She struggled to make a sound but nothing came out but a rasping gurgle. "I must be dead. Mama! Grandma! Take me with you! Oh, no!" Terrified, Hiền crawled to the entrance of the shelter and fainted.

When she awoke, she was in a hospital, her throat heavily bandaged. The woman in the next bed called out to her softly. "Is your name Hiền, child? Just call me Aunt Châu. They said a piece of the bomb cut your throat. You've lost a lot of blood. Try to rest, dear child, and hopefully..."

Tears came to Hiền's eyes. She missed her mother and grandmother so. Her heart ached. Why were they killed so brutally? And her throat -- would she ever be able to sing again?

Hiền mở mắt ra. Thấy mẹ và thấy bà nằm cạnh Hiền. Em cố-gắng thốt ra một lời nào, nhưng chỉ nghe có tiếng khào-khào. "Chắc con chết mất. Mẹ ơi! Bà ơi! Mang con theo với! Trời ơi!" Hãi-hùng, Hiền bò ra tới miệng hầm rồi ngất lịm đi.

Lúc tỉnh dậy, em thấy mình đang nằm ở một bệnh-viện, cổ-họng em được băng-bó dầy cộm. Người đàn bà nằm bên cạnh nói với qua, giọng nhẹ-nhàng: "Có phải tên con là Hiền? Con cứ gọi dì là Dì Châu. Người ta bảo một miếng bom cắt đứt cổ-họng con. Con mất rất nhiều máu. Thôi, con cố tịnh-dưỡng, may ra..."

Nước mắt Hiền trào ra. Em nhớ mẹ em và bà em quá đỗi. Tim em như thắt lại. Sao mẹ và bà bị sát-hại một cách dã-man như vậy? Và cổ-họng em, em còn ca-hát được nữa không?

12   Aunt Châu (Chow): a name meaning "pearl"

13

That night, Hiền had a dream. She saw herself picking some wild greens in the fields. Suddenly, a huge bird flew down from the mountaintop. Its flapping wings covered the entire sky, and it cried out with the force of ten thousand voices.

Hiền woke up trembling with excitement. Had she dreamed of the spirit bird Mê-Linh? Long, long ago one of her ancestors had seen the bird. It was a sacred creature, very strong and courageous, quick as a flash. The bird lived on the top of Linh-Sơn Mountain and came down only in time of war. The sight of the bird had always inspired her people to resist the foreign invaders. In ancient times, her people had called themselves and their country by the bird's name: the Mê-Linh people. The land of Mê-Linh.

Hiền felt comforted by her dream. The image of the bird gave her courage. "I will be as brave as the Mê-Linh bird," she resolved.

Đêm hôm ấy Hiền nằm mơ. Em thấy mình đang hái rau trong đồng nội. Bỗng thình-lình, một con chim thật to từ đỉnh núi bay vù xuống. Chim vỗ cánh bay bao-phủ cả vòm trời, và tiếng chim kêu to như muôn ngàn tiếng gọi.

Hiền thức giấc, toàn thân rung-động vì kích-thích. Có phải em đã mơ thấy thần-điểu Mê-Linh? Ngày xa xưa ấy, có người trong dòng-dõi tổ-tiên em đã trông thấy chim. Đó là một sinh-vật rất linh-thiêng, thật dũng-mãnh, và nhanh như tia chớp. Chim sống trên đỉnh núi Linh-Sơn, chỉ bay xuống núi trong cơn giặc-giã. Sự xuất-hiện của chim luôn-luôn làm hứng-khởi dân-chúng em chống-lại giặc ngoại xâm. Vào thời cổ-xưa, dân chúng em tự gọi mình là giống người Mê-Linh, và gọi tên đất nước mình là đất Mê-Linh.

Giấc mơ của Hiền đã làm em cảm thấy dễ-chịu hơn. Hình-ảnh của chim như mang đến sự can-đảm cho Hiền. "Ta sẽ can-đảm như chim Mê-Linh," Hiền quả-quyết như vậy.

Linh-Sơn (Lin·Shoen): Sacred Mountain
Mê-Linh (May·Lin)

After a few days, a foreign woman came to Hiền's bedside. In Vietnamese, she explained that Hiền needed a special operation that could not be performed in Viet-Nam. Hiền would have to come to the United States to have the operation.

Hiền stared at the woman. She had kind eyes, but Hiền was afraid. "After all," she thought, "wasn't it these foreigners who killed my mother and grandmother and bombed our villages?" Hiền looked questioningly at Aunt Châu. "If you stay here, they won't be able to cure you and you will surely die," said Aunt Châu.

Hiền thought of the Mê-Linh bird. "I must survive if I want to help my people," she thought. Turning toward the foreign woman, she nodded her head in agreement.

Sau mấy hôm, có một người đàn bà ngoại-quốc đến bên giường bệnh của Hiền. Chị ấy nói với Hiền bằng tiếng Việt rằng em phải cần một cuộc mổ xẻ đặc-biệt khó thực-hiện được ở Việt-Nam. Hiền nên sang Mỹ để được giúp về cuộc mổ-xẻ này.

Hiền nhìn chị ấy. Đôi mắt chị có vẻ hiền-lành, nhưng Hiền vẫn sợ. "Rồi ra," Hiền nghĩ, "chẳng phải những người ngoại-quốc này đã giết hại mẹ ta và bà ta, và dội bom các làng-mạc của ta?" Hiền nhìn sang Dì Châu thầm hỏi. "Nầy con, con nên đi theo cô ấy," Dì Châu nói. "Nếu con ở lại, họ không thể chữa lành vết thương của con và chắc-chắn con sẽ chết mất."

Hiền liên-tưởng đến chim Mê-Linh. "Ta phải sống-sót nếu ta muốn giúp đỡ dân ta," Hiền suy-nghĩ. Rồi quay sang người đàn bà ngoại-quốc, em gật đầu ưng-thuận.

16

Hiền was carried on a stretcher to a huge airplane. The people on the airplane all wore foreign military uniforms. Hiền wanted to jump up and run away, but her body could not move.

The journey seemed endless, but she finally arrived in the United States. Later, an American man and woman came to visit her in her hospital room. They smiled warmly. The woman took Hiền's hand and said in halting Vietnamese, "Hello, Hiền, I am Mrs. Wells and this is Mr. Wells. We are your friends." The woman spoke a few more phrases, but Hiền felt confused and turned her face to the wall.

A few days later, Hiền's throat was successfully operated on. The doctors said that she would soon speak normally again.

Hiền được mang trên cáng ra tận một chiếc máy bay khổng-lồ. Những người trên máy bay toàn mặc quân-phục. Em muốn nhỏm dậy và chạy đi, nhưng toàn thân em như bất động.

Cuộc hành-trình như dài vô tận, nhưng cuối cùng rồi em cũng đến xứ Mỹ. Sau đó, có một đôi vợ chồng người Mỹ đến thăm Hiền tại phòng bệnh của em ở nhà thương. Người đàn bà nắm tay Hiền nói với em bằng tiếng Việt, giọng ngập-ngừng: "Chào Hiền, tôi là bà Wells và đây là ông Wells. Chúng tôi là bạn của em." Người đàn bà nói thêm vài câu, nhưng Hiền cảm thấy quá mù-mờ và quay mặt vào tường.

Vài hôm sau, cổ-họng của Hiền được mổ. Các bác sĩ nói rằng chẳng bao lâu nữa Hiền có thể nói được bình-thường trở lại.

Mr. and Mrs. Wells visited Hiền often. After a few weeks, they took her home with them. Gradually she came to understand that they would take care of her until she could return to her country.

Hiền was treated very kindly. But at night, alone in her room, she couldn't sleep. She lay in her bed whispering to her mother and grandmother. She yearned to join her brother Thảo and the other children in her village for a swim in the Thanh Bình River.

Sensing her loneliness, Mr. Wells bought Hiền a record of Vietnamese folksongs. The last song on the record was the one she used to sing:
> "Oh, waves of golden rice stretching so far!
> We reap the fruit of our labor!
> We hoe! We plow! We hoe!
> Oh, our rice bowls will be full!"

Ông bà Wells thường đến thăm Hiền. Rồi vài tuần-lễ sau đó họ mang em về nhà. Dần dần, Hiền hiểu được rằng họ nhận nuôi chăm sóc em cho đến khi em được trở về quê-hương em.

Hiền được đối-xử rất tử-tế. Nhưng đêm đến, một mình trong phòng riêng Hiền không ngủ được. Em nằm trên giường nói chuyện thì-thầm với mẹ và bà em như họ đang nằm bên em. Em ước-ao theo cùng anh Thảo em và trẻ con trong làng đi tắm sông Thanh-Bình. Và em mong muốn được dệt trên khung-cửi bà em đã cho em.

Thấu hiểu được nỗi nhớ nhà của Hiền, ông Wells mua cho Hiền một dĩa nhạc dân-ca Việt-Nam. Hiền rất thích nghe dĩa nhạc này. Em cứ mở máy vặn dĩa nghe hoài. Bài hát cuối cùng là bài em thường hay ca ngày xưa:
> "Lúa vàng gợn sóng,
> Ố, tới xa chân trời xa; Ố, tới xa chân trời xa
> Lũy tre xanh rộn-ràng tiếng hát
> Khúc ca í, ì, a; í mùa vui, í mùa vui, mùa vui.
> Công bõ công, bõ công,
> bao ngày cuốc bẩm, cày sâu; ố cày, ta cấy, ta cày,
> Ố mai này có bát cơm đầy."

Thanh Bình River (Tan·Bin): Peaceful

Months passed. Hiền did not know if she would ever return to her village again, but she vowed never to forget her country or her people. Sometimes, older Vietnamese students came to visit her, bringing picture books of Viet-Nam. They talked with the Wellses and their friends about the people and history of Viet-Nam. Hiền, too, learned to speak openly about herself and her country.

The students often sent packages to Viet-Nam. Hiền wanted to send something too. She thought about the blankets she used to weave with her grandmother. "I will send blankets back," she thought. Hiền spoke to the Wellses and their friends of her wish. A few days later, she came home from school and saw a beautiful loom leaning against her bedroom wall. She was overjoyed.

Every year after that, among the boxes of clothing and medicine sent by the Vietnamese students to Viet-Nam, there were blankets woven by Hiền. And at the center of each blanket was the image of Mê-Linh, the spirit bird of Viet-Nam.

Mấy tháng trôi qua. Hiền không biết bao giờ mới có thể trở về quê em. Nhưng em thề sẽ không bao giờ quên đất nước và đồng bào em. Thỉnh-thoảng các sinh-viên Việt-Nam đến thăm Hiền, mang đến sách báo đầy hình ảnh quê-hương. Họ nói chuyện với gia-đình Wellses, với bạn-bè của gia đình này về dân-tộc và lịch-sử Việt-Nam. Rồi Hiền cũng tập nói chuyện cởi-mở hơn về cuộc đời và quê-hương em.

Những sinh-viên này thường gửi quà về Việt-Nam. Hiền cũng muốn gửi chút gì về; Hiền nghĩ đến những tấm chăn ngày xưa Hiền dệt cùng với bà. Em thầm nghĩ: "Ta sẽ dệt chăn gửi về." Hiền ngỏ ý cùng ông bà Wellses, và bạn bè họ. Vài ngày sau, khi đi học về Hiền trông thấy một khung cửi thật đẹp dựa vào tường phòng ngủ. Em mừng rỡ vô cùng.

Từ đấy mỗi năm, trong những thùng đầy quần áo và thuốc men do những sinh-viên Việt-Nam gửi về quê-hương, có những tấm chăn do Hiền dệt. Giữa mỗi tấm chăn có hình chim Mê-Linh, thần-điểu của Việt-Nam.

23

THE LITTLE WEAVER OF THÁI-YÊN VILLAGE

During the two summers of 1969 and 1970 I volunteered to work with some Vietnamese war-injured children who were brought to the San Francisco Bay Area for medical treatment by a U.S. humanitarian medical relief organization.

Most of those children's stories have become part of my life. The trauma each of them had to face was too much for those little gentle human beings. Sometimes I wondered why they were not killed instead of being so badly wounded. Didn't they face a different suffering here amid luxury and safety while their people lived in the midst of poverty and a continuing war? And how would they fare when they returned to Viet-Nam?

They did all return except three who have become very fine young men now attending college. To them I dedicate this story. With them I cried upon learning that among the children who returned, one was killed shortly after being reunited with his family in his native village.

The story of Hiền was much simplified for this book. I would like Hiền to be seen as simple and very dedicated to her country and her people.

I also hope this story may have some meaning for many of the over one hundred thousand refugee children and their parents who came here at the war's end. For most of us, our journey to North America has been a trauma. And for most of us, no matter how we came here, we long to return. Yet, we realize that America may become our second homeland. And so we face a dilemma: as we adjust to this country and are assimilated, how can we maintain our pride and integrity, our dignity as a people? Or must we try to maintain our ethnicity in a kind of holding pattern until we do finally go home? There has never been a simple answer for any Asian American and there is not yet a simple answer for a Vietnamese American.

Trần-Khánh-Tuyết

Series Editor — Harriet Rohmer
English/Vietnamese Lettering — Roger I Reyes
Book Design — Harriet Rohmer, Robin Cherin, Roger I Reyes, Nancy Hom
Production — Robin Cherin

Library of Congress Cataloging-in-Publication Data
Trần, Khánh Tuyết. The little weaver of Thái-Yên village =
Cô bé thọ'-dệt làng Thái-yên.
  (Fifth world tales) English and Vietnamese.
  Summary: A young Vietnamese girl maintains her own
cultural identity while struggling to adjust to America.
  1. Vietnamese Americans—Juvenile fiction. 2. Vietnamese
Conflict, 1961-1975—Juvenile fiction. [1. Vietnamese
Americans—Fiction. 2. Vietnamese Conflict, 1961-1975—
Fiction. 3. Vietnamese language materials—Bilingual]
I. Hom, Nancy, ill. II. Title. III. Title: Cô bé thọ'-dệt làng Thái-yên.
PZ90.V5T7 1986   [Fic]   86-17186
ISBN 0-89239-030-1